school - ilé-ìwé	2
travel - ìrìn àjò	5
transport - ọkọ̀	8
city - ìlú	10
landscape - ẹlẹ́bùú	14
restaurant - ilé oúnjẹ	17
supermarket - ibi ìtajà	20
drinks - ohun mímu	22
food - oúnjẹ	23
farm - oko	27
house - ilé	31
living room - yàrá ìgbé	33
kitchen - ilé ìdáná	35
bathroom - ilé ìwẹ̀	38
child's room - yàrá ọmọdé	42
clothing - aṣọ	44
office - ọfisi	49
economy - ọrọ̀ ajé	51
occupations - àwọn iṣẹ́ ààyò	53
tools - àwọn irinṣẹ́	56
musical instruments - àwọn irinṣẹ́ orin	57
zoo - ibi ẹranko	59
sports - àwọn eré ìdárayá	62
activities - àwọn iṣẹ́	63
family - ẹbí	67
body - ara	68
hospital - ilé ìwòsàn	72
emergency - pàjáwìrì	76
Earth - Ayé	77
clock - aago	79
week - ọ̀sẹ̀	80
year - ọdún	81
shapes - àwọn ìrísí	83
colours - àwọn àwọ̀	84
opposites - òdì	85
numbers - nọ́mbà	88
languages - àwọn èdè	90
who / what / how - tani / kínni / báwo	91
where - níbo	92

Impressum
Verlag: BABADADA GmbH, Nedderfeld 112 , 22529 Hamburg
Geschäftsführer / Verlagsleitung: Harald Hof
Druck: Books on Demand GmbH, In de Tarpen 42, 22848 Norderstedt

Imprint
Publisher: BABADADA GmbH, Nedderfeld 112 , 22529 Hamburg, Germany
Managing Director / Publishing direction: Harald Hof
Print: Books on Demand GmbH, In de Tarpen 42, 22848 Norderstedt

school
ilé-ìwé

satchel
ọ̀rá

pencil case
àpò pẹnsuru

pencil
pẹnsuru

pencil sharpener
olùgbẹ́ pẹnsuru

rubber
rọ́bà

drawing pad
bọ́tìnnì yíyàwòrán

drawing	paintbrush	paint box
yíyàròwán	burọ́sị ọdà	àpótí ọdà

scissors	glue	exercise book
sisọ́sì	gúlù	ìwé iṣẹ́

homework	number	add
iṣẹ́ àmúrelé	nọ́mbà	àfikún

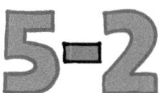  

subtract	multiply	calculate
àyọkúrò	ìsọdipúpọ̀	ṣírò

letter	alphabet	word
lẹ́tà	alábídí	ọ̀rọ̀ sísọ

school - ilé-ìwé

text
ọ̀rọ̀ kíkọ

read
kàwé

chalk
ṣọ́ọ̀kì

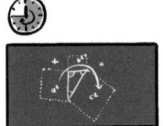
lesson
ìkẹ́kọ̀ọ́

register
forúkọsílẹ̀

exam
ìdánwò

certificate
ìwé-ẹ̀rí

school uniform
aṣọ ilé-ìwé

education
ẹ̀kọ́

encyclopedia
ìwé ìmọ̀

university
yunifasiti

microscope
ẹ̀rọ gbohùngbohùn

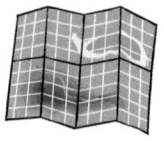
map
àwòrán àgbáyé

waste-paper basket
agbọ̀n ìdalẹ̀nù

school - ilé-ìwé

travel
ìrìn àjò

hotel
ilé itura

hostel
ibùgbé akẹ́kọ̀ọ́

bureau de change
ibi ìpàrọ̀ owó

suitcase
àpótí ọwọ́

car
ọkọ̀ ayọ́kẹ́lẹ́

language
èdè

yes / no
bẹ́ẹ̀ni / bẹ́ẹ̀kọ́

Okay
Ó dára

hello
ẹpẹ̀lẹ́

translator
olùtúmọ̀ èdè

Thank you
O ṣeun

travel - ìrìn àjò

how much is...?

èló ni... ?

I do not understand

Kò yé mi

problem

ìṣòro

Good evening!

Ẹ káalẹ́!

Good morning!

Ẹ kaarọ!

Good night!

Ẹ káalẹ́!

bye bye

ódìgbà

direction

ìtọ́ni

luggage

ẹrù-ẹni

bag

báàgì

backpack

àpò ẹ̀yìn

guest

àlejò

room

yàrá

sleeping bag

báàgì ibùsùn

tent

àgọ́

travel - ìrìn àjò

tourist information

àlàyé arìnrìn àjò

beach

òkun

credit card

káàdì arópò owó

breakfast

oúnjẹ àárọ̀

lunch

oúnjẹ ọ̀sán

dinner

oúnjẹ alẹ́

ticket

tikẹti

lift

ìgbésókè

stamp

èdìdí

border

àlà

customs

àwọn àṣà

embassy

ibi ìwé ìrìnà

visa

fisa

passport

ìwé ìrìnà

travel - ìrìn àjò

transport
ọkọ̀

- aeroplane — ọkọ̀ òfurufú
- ship — ọkọ̀ ojú omi
- fire engine — èrọ iná
- bus — ọkọ̀ èrò
- truck — tanlẹsẹ
- motorboat — ọkọ̀ omi
- car — ọkọ̀ ayọ́kẹ́lẹ́
- bike — kẹkẹ́

ferry
ọpán

boat
ọpọ́n ojú omi

motorbike
atapùpù

police car
ọkọ̀ ọlọ́pàá

racing car
ọkọ̀ ìsáré

rental car
ọkọ̀ yíyá

car sharing

àpínlò ọkọ̀

breakdown truck

ìgbọ́kọ̀

refuse truck

ọkọ̀ dída ilẹ̀ nù

motor

manto

fuel

epo

petrol station

ilé epo

traffic sign

àmì ìwakọ̀

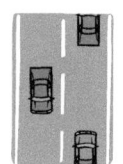

traffic

ìwakọ̀

traffic jam

súnkẹrẹ

car park

ibi ìgbọ́kọ̀sí

train station

ibùdókọ̀ ojú irin

tracks

àwọn òpópó

train

ọkọ̀ ojú irin

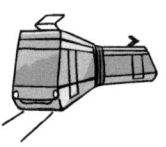

tram

ọkọ̀ ori ilẹ̀

carriage

ẹrù

transport - ọkọ̀

helicopter

ẹlikọputa

airport

ibùdókọ̀ òfurufú

tower

òpó

passenger

èrò

container

ibi ìpamọ́

carton

katun

cart

apẹ̀rẹ̀

basket

agbọ̀n

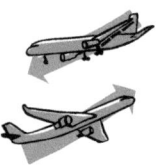

take off / land

gbéra / balẹ̀

city
ìlú

village

abúlé

city centre

àárín ìlú

house

ilé

hut
abà

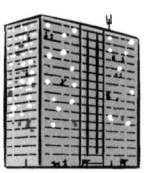

flat
filati

train station
ibùdókọ̀ ojú irin

town hall
ojúde

museum
musiọmu

school
ilé-ìwé

city - ìlú

university
yunifasiti

bank
ilé ìfowópamọ́

hospital
ilé ìwòsàn

hotel
ilé ìtura

pharmacy
olùta òguǹ

office
ọfisi

book shop
ìsọ̀ ìwé

shop
ìsọ̀

florist's
òdòdó

supermarket
ibi ìtajà

market
ọjà

department store
ibi ẹka iṣẹ́

fishmonger's
ibi ẹja

shopping centre
ibi ìrajà

harbour
bèbè omi

12   city - ìlú

park

ibi ìgbafẹ́

bench

àga

bridge

afárá

stairs

àgàsọ̀

underground

abẹ́ ilẹ̀

tunnel

ihò ilẹ̀

bus stop

ibùdókọ̀

bar

ilé ọtí

restaurant

ilé oúnjẹ

postbox

àpótí ìfiwéránṣẹ́

street sign

àmì òpópónà

parking meter

mita ìgbọ́kọ̀sí

zoo

ibi ẹranko

swimming pool

ibi ìwẹ̀

mosque

mọ́ṣáláṣí

city - ìlú

farm — oko

pollution — ìdọ̀tí

graveyard — ibi ìsìnkú

church — ilé ìjọsìn

playground — ibi ìṣeré

temple — tẹmpili

landscape
ẹlẹ́bùú

- leaf — ewé
- signpost — ajúwe
- way — ọ̀nà
- meadow — ilẹ̀ koríko
- hiker — olùrìn
- stone — òkúta
- tree — igi
- river — odò
- grass — kóriko
- flower — òdòdó

landscape - ẹlẹ́bùú

 valley — kòtò	 hill — òkè	 lake — adágún omi
 forest — aginjù	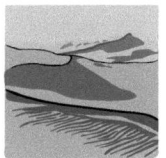 desert — aṣálẹ̀	 volcano — ilẹ̀ ríru
 castle — ibùgbé	 rainbow — òṣùmàrè	 mushroom — esun
 palm tree — ọpẹ	 mosquito — ẹ̀fọn	 fly — eṣinṣin
 ant — kòkòrò	 bee — oyin	 spider — alantakun

landscape - ẹlẹ́bùú

beetle
làbọnlàbọn

frog
ọ̀pọ̀lọ́

squirrel
ọ̀kẹ́rẹ́ ńlá

hedgehog
sẹsẹ́

hare
ọ̀kẹ́rẹ́

owl
òwìwí

bird
ẹyẹ

swan
pẹ́pẹ́yẹ ńlá

boar
ẹlẹ́dẹ́ igbó

deer
àgbọ̀nrín

moose
àgbọ̀nrín ńlá

dam
adágún

wind turbine
ọ̀pá afẹ́fẹ́

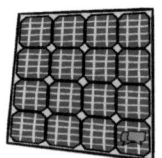

solar panel
panẹ́ẹ̀lì òrùn

climate
ojú-ọjọ́

landscape - ẹlẹ́bùú

restaurant
ilé oúnjẹ

- waiter — agbóunjẹ
- menu — àkọsílẹ̀ oúnjẹ
- chair — àga
- soup — ọbẹ̀
- pizza — pisa
- cutlery — ọbẹ
- tablecloth — aṣọ tábìlì

starter
ìpanu

main course
oúnjẹ gangan

dessert
ìpanu lẹ́yin oúnjẹ

drinks
ohun mímu

food
oúnjẹ

bottle
ìgò

restaurant - ilé oúnjẹ

fast food

oúnjẹ kíá

street food

oúnjẹ òpópónà

teapot

abọ́ tii

sugar bowl

abọ́ ṣúgà

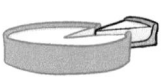

portion

ìpín

espresso machine

ẹ̀rọ ẹsipirẹso

high chair

àga gíga

bill

ináwó oṣoṣù

tray

tire

knife

ọbẹ

fork

fọ́ọ̀kì

spoon

ṣíbí

teaspoon

ṣíbí tii

serviette

pépà ìnuwọ́

glass

gilasi

18 restaurant - ilé oúnjẹ

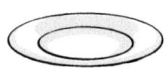

plate	soup plate	saucer
abọ́	abọ́ ọbẹ̀	pẹlẹbẹ

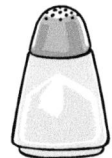

sauce	salt pot	pepper mill
ọbẹ̀	kòkò iyọ̀	ìlọta

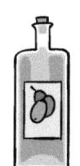
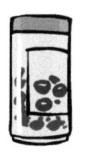

vinegar	oil	spices
fẹniga	òróró	èròjà

ketchup	mustard	mayonnaise
kẹsọpu	mọsitadi	mayonesi

restaurant - ilé oúnjẹ

supermarket
ibi ìtajà

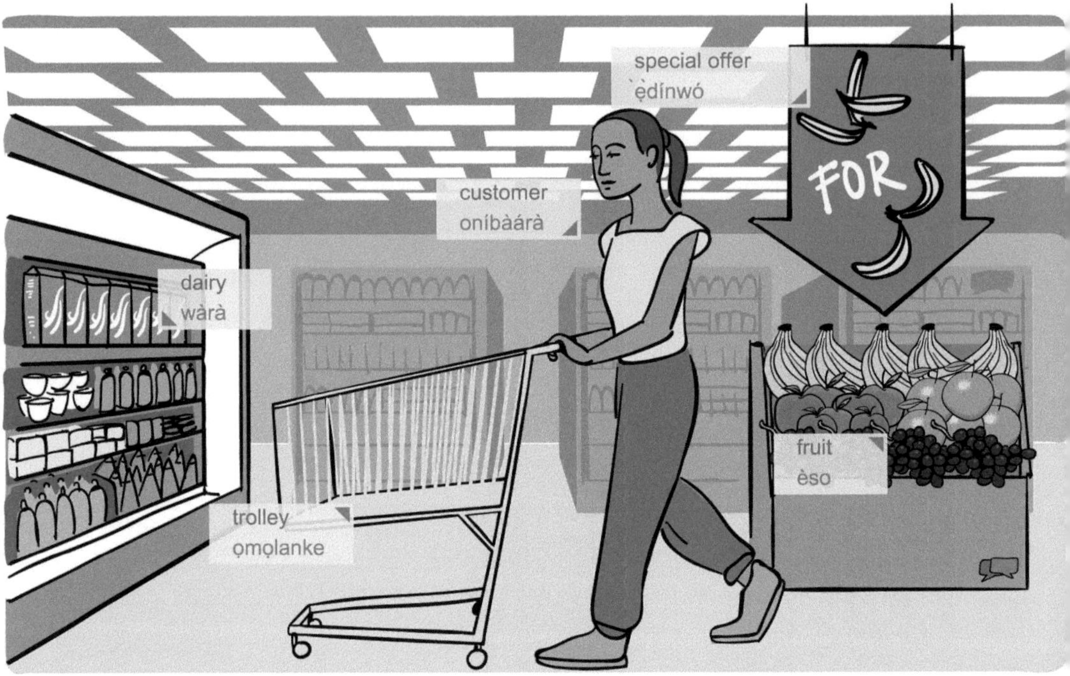

special offer
ẹ̀dínwó
customer
oníbàárà
dairy
wàrà
FOR
fruit
èso
trolley
ọmọlanke

BUTCHERS

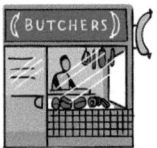

butcher´s

alápatà

BAKERY

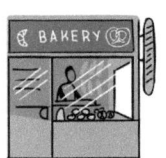

baker´s

beka

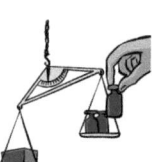

weigh

wọ̀n

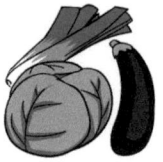

vegetables

ewébẹ̀

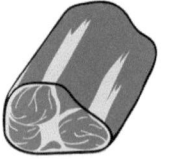

meat

ẹran

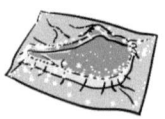

frozen food

oúnjẹ dídì

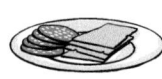
cold meat
ẹran tútù

tinned food
oúnjẹ agolo

washing powder
ọṣẹ ifọṣọ

sweets
àdíndùn

household products
àgbéjáde ẹbí

cleaning products
ohun ìtọ́jú

salesperson
olùtajà

till
tili

cashier
akàwó

shopping list
àkójọ ìrajà

opening hours
wákàtí ìbẹ̀rẹ̀

wallet
ìpamọ́

credit card
káàdì arọ́pò owó

bag
báàgì

plastic bag
báàgì ọ̀rá

supermarket - ibi ìtajà

drinks
ohun mímu

water
omi

juice
omi èso

milk
wàrá

coke
koki

wine
waini

beer
bia

alcohol
ọtí líle

cocoa
kòkó

tea
tii

coffee
kọfí

espresso
ẹsipirẹso

cappuccino
kapusino

food
oúnję

banana
ogẹdẹ

apple
apu

orange
ọsàn

melon
`ẹgúsí

lemon
òronbò

carrot
karọti

garlic
galiki

bamboo
ọparun

onion
àlùbọ́sà

mushroom
esun

nuts
`ẹpà

noodles
nodu

spaghetti

sipajẹti

rice

ìrẹsì

salad

saladi

chips

ìpanu

fried potatoes

ànàmọ́ díndín

pizza

pisa

hamburger

bọ́gà

sandwich

sanwiṣi

cutlet

ẹran sísun

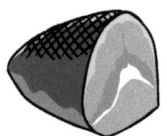

ham

ẹsẹ̀ ẹlẹ́dẹ̀

salami

salami

sausage

sọseji

chicken

ẹran ẹdìyẹ

roast

sun

fish

ẹja

food - oúnjẹ

porridge oats
oti pọreji

muesli
musẹli

cornflakes
confulakisi

flour
iyẹ̀fun

croissant
kirosanti

bread roll
rolu búrẹ̀dì

bread
burẹdi

toast
dín

biscuits
bisikiti

butter
bọ́tà

curd
kọdu

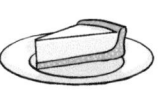
cake
keki

egg
ẹyin

fried egg
ẹyin díndín

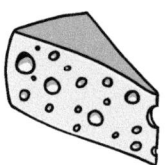
cheese
ṣiṣi

food - oúnjẹ   25

ice cream	sugar	honey
aisi kirimu	ṣúgà	oyin

jam	chocolate spread	curry
jamu	àfira ṣokoleti	kọri

food - oúnjẹ

farm
oko

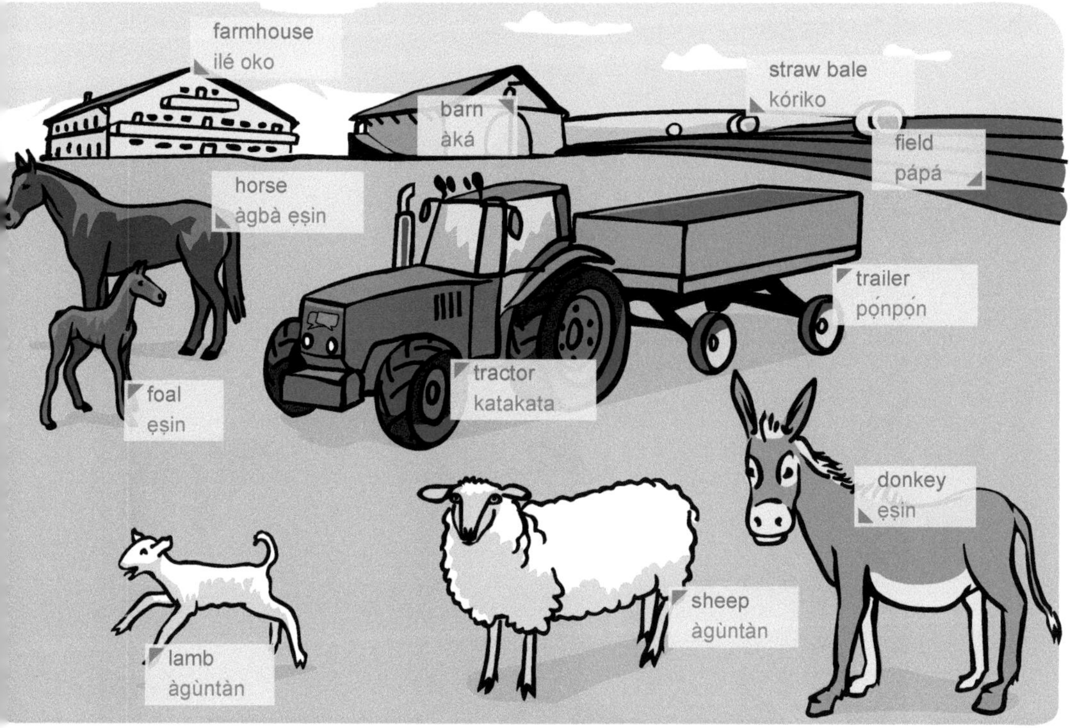

- farmhouse — ilé oko
- barn — àká
- straw bale — kóriko
- field — pápá
- horse — àgbà ẹṣin
- trailer — pọ́npọ́n
- foal — ẹṣin
- tractor — katakata
- donkey — ẹṣin
- lamb — àgùntàn
- sheep — àgùntàn

goat
ewúrẹ́

cow
máàlù

calf
ọ̀dọ́ àgùntàn

pig
ẹlẹ́dẹ̀

piglet
ọmọ ẹlẹ́dẹ̀

bull
àgbò

goose

ọmọ pẹ́pẹ́yẹ

duck

pẹ́pẹ́yẹ

chick

ọmọ adìyẹ

hen

adìyẹ

cock

àkùkọ

rat

èkúté

cat

olóngbò

mouse

eku

ox

kẹ́tẹ́kẹ́tẹ́

dog

ajá

doghouse

ilé ajá

garden hose

ọ̀pá ọgbà

watering can

abọ̀ omi

scythe

scythe

plough

ọkọ̀ irúgbìn

farm - oko

sickle
abẹ oko

hoe
oko

pitchfork
irinṣẹ́ kóriko

axe
àáké

wheelbarrow
wilibaro

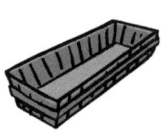

trough
àgbá

milk can
abọ́ wàrà

sack
àpò

fence
ògiri

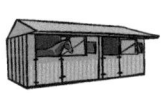

stable
pẹpẹ oko

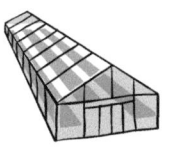

greenhouse
ibi ìdáko

soil
ilẹ̀

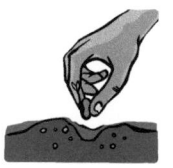

seed
irúgbìn

fertilizer
ajílẹ̀

combine harvester
àkópọ̀ olùkórè

harvest
ìkórè

harvest
ìkórè

yams
iṣu

wheat
bàbà

soy
soya

potato
ànàmọ́

corn
àgbàdo

rapeseed
irúgbìn rapu

fruit tree
igi èso

cassava
ẹ̀gẹ́

cereals
jéró

farm - oko

house
ilé

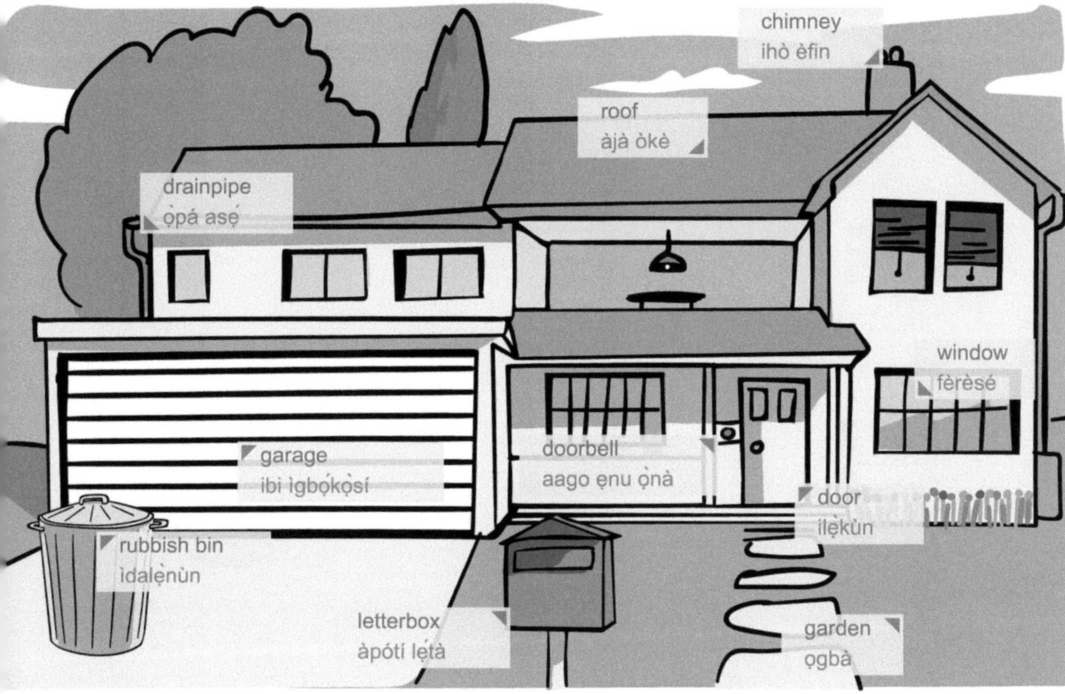

chimney — ihò èfin
roof — àjà òkè
drainpipe — ọ̀pá asẹ́
window — fèrèsé
garage — ibi ìgbọ́kọ̀sí
doorbell — aago ẹnu ọ̀nà
door — ilẹ̀kùn
rubbish bin — ìdàlẹ̀nùn
letterbox — àpótí lẹ́tà
garden — ọgbà

living room
yàrá ìgbé

bathroom
ilé ìwẹ̀

kitchen
ilé ìdáná

bedroom
yàrá ìbùsùn

child's room
yàrá ọmọdé

dining room
yàrá ìjẹun

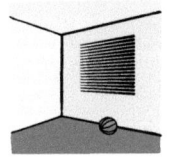

floor
ilẹ̀

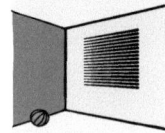

wall
ògiri ilé

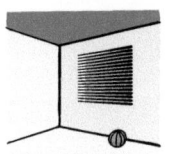

ceiling
àjà

cellar
sẹla

sauna
sauna

balcony
ọ̀dẹ̀dẹ̀

terrace
ọ̀nà

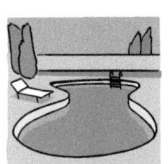

pool
ibi ìwẹ̀

lawn mower
ẹ̀rọ igéko

sheet
ojú-ewé

bedspread
aṣọ orí ibùsùn

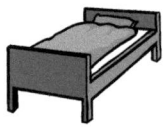

bed
ibùsùn

broom
ọwọ̀

bucket
garawa

switch
yípo

house - ilé

living room
yàrá ìgbé

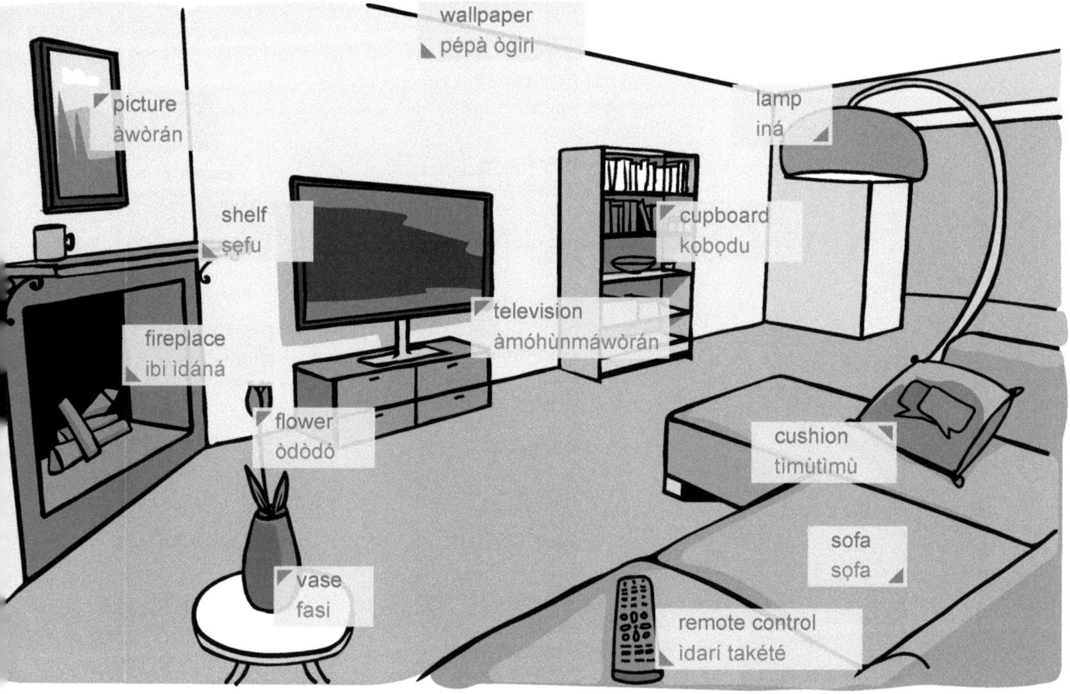

- wallpaper — pépà ògiri
- picture — àwòrán
- lamp — iná
- shelf — ṣẹfu
- cupboard — kọbọdu
- fireplace — ibi ìdáná
- television — àmóhùnmáwòrán
- cushion — tìmùtìmù
- flower — òdòdó
- vase — fasi
- sofa — sofa
- remote control — ìdarí takété

carpet
kapẹti

curtain
kọtini

table
tábìlì

chair
àga

rocking chair
àga amìtìtì

armchair
àga ọlọ́wọ́

book ìwé	blanket aṣọ ìbora	decoration ọ̀sọ́

firewood igi ìdáná	film fíìmù	hi-fi equipment irinṣẹ́ hi-fi

key kọ́kọ́rọ́	newspaper ìwé ìròyìn	painting kíkunlé

poster àlẹ̀mọ́	radio redio	notepad ìkọ̀wé

hoover ufa	cactus kakitọsi	candle àbẹ́là

living room - yàrá ìgbé

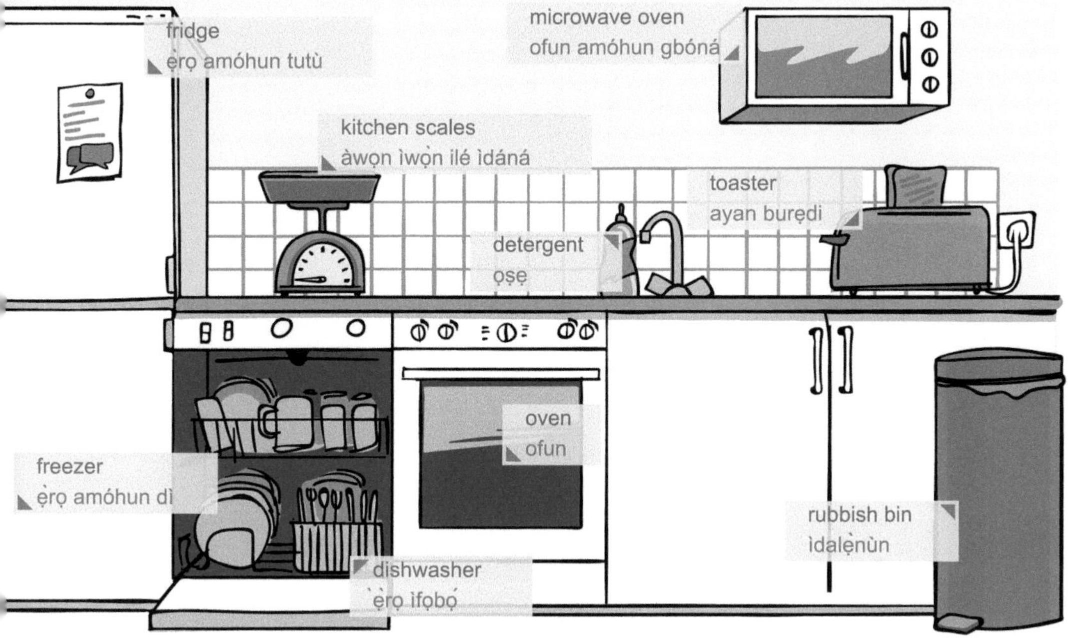

kitchen
ilé ìdáná

- fridge — ẹ̀rọ amóhun tutù
- microwave oven — ofun amóhun gbóná
- kitchen scales — àwọn ìwọ̀n ilé ìdáná
- toaster — ayan burẹdi
- detergent — ọṣẹ
- freezer — ẹ̀rọ amóhun dì
- oven — ofun
- rubbish bin — ìdalẹ̀nùn
- dishwasher — ẹ̀rọ ifọbọ́

cooker
ìdáná

pot
ìṣasun

cast-iron pot
ìṣasun irin

wok / kadai
wok / kadai

pan
panu

kettle
kẹturu

steamer
amoru

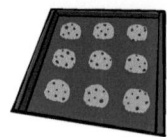

baking tray
pẹpẹ ìdáná

crockery
dídáná

mug
ife gilasi

bowl
àdému

chopsticks
igi ìjẹun

ladle
ladu

spatula
ṣíbí kòtò

whisk
wisiki

strainer
sitirena

sieve
asẹ́

grater
gireta

mortar
odó

barbecue
àsun

open fire
ibi ìdáná

kitchen - ilé ìdáná

chopping board
pẹpẹ gígé

rolling pin
igi ìlọ̀

corkscrew
kọkisukuru

can
agolo

can opener
olùṣí agolo

pot holder
àdìmú ìṣasun

sink
kòtò

brush
burọṣi

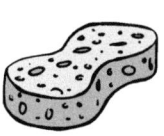

sponge
kaninkanin

blender
ẹ̀rọ ìlọta

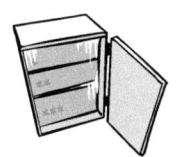

deep freezer
ẹ̀rọ amóhun dì oníkòtò

baby bottle
ohun ìjẹun ọmọdé

tap
ẹnu ẹ̀rọ omi

kitchen - ilé ìdáná

bathroom
ilé ìwẹ̀

- heating — gbígbóná
- shower — iwẹ̀
- towel — tawẹli
- shower curtain — kọtini iwẹ̀
- bubble bath — iwẹ olóṣẹ
- bathtub — ibi iwẹ̀
- glass — gilasi
- washing machine — ẹ̀rọ ìfọṣọ
- tap — ẹnu ẹ̀rọ omi
- tiles — àlẹmọ́lẹ̀
- potty — pó
- sink — kòtò

toilet

ibi iyàgbẹ́

squat toilet

ibi ṣálángá

bidet

bidẹti

urinal

títọ̀

toilet paper

pépa ibi iyàgbẹ́

toilet brush

burọṣi ibi iyàgbẹ́

toothbrush

igi ifọnu

toothpaste

ọṣẹ ìfọnu

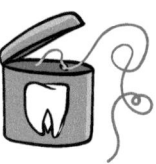

dental floss

filọsi eyin

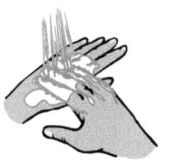

wash

fọṣọ

handheld shower

ìwẹ̀ olọ́wọ́

douche

doṣi

basin

basin

back brush

burọṣi ẹ̀yìn

soap

ọṣẹ

shower gel

gẹli iwẹ̀

shampoo

ọṣẹ irun

flannel

filanẹni

drain

sẹ́

cream

ìpara

deodorant

olóòrùn dídún

bathroom - ilé ìwẹ̀

mirror
dingi

hand mirror
díngi ọwọ́

razor
abẹ

shaving foam
fomu ifárungbọ̀n

aftershave
lẹ́yìn ifarungbọ̀n

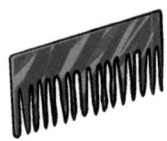

comb
ìyarun

brush
burọṣì

hair dryer
agbẹrun

hairspray
ìparun

makeup
ìmúra

lipstick
ìtọ́tè

nail varnish
faniṣi èkaná

cotton wool
òwú

nail scissors
sisọsi èkaná

perfume
pafumu

bathroom - ilé ìwẹ̀

washbag

báàgì ìwẹ̀

stool

àga

weighing scale

ìwọ̀n

bathrobe

okùn ìwẹ̀

rubber gloves

ìbọ̀wọ́ rọ́bà

tampon

tampun

sanitary towel

ìnuwọ́

chemical toilet

ṣálángá kẹmika

bathroom - ilé ìwẹ̀

child's room
yàrá ọmọdé

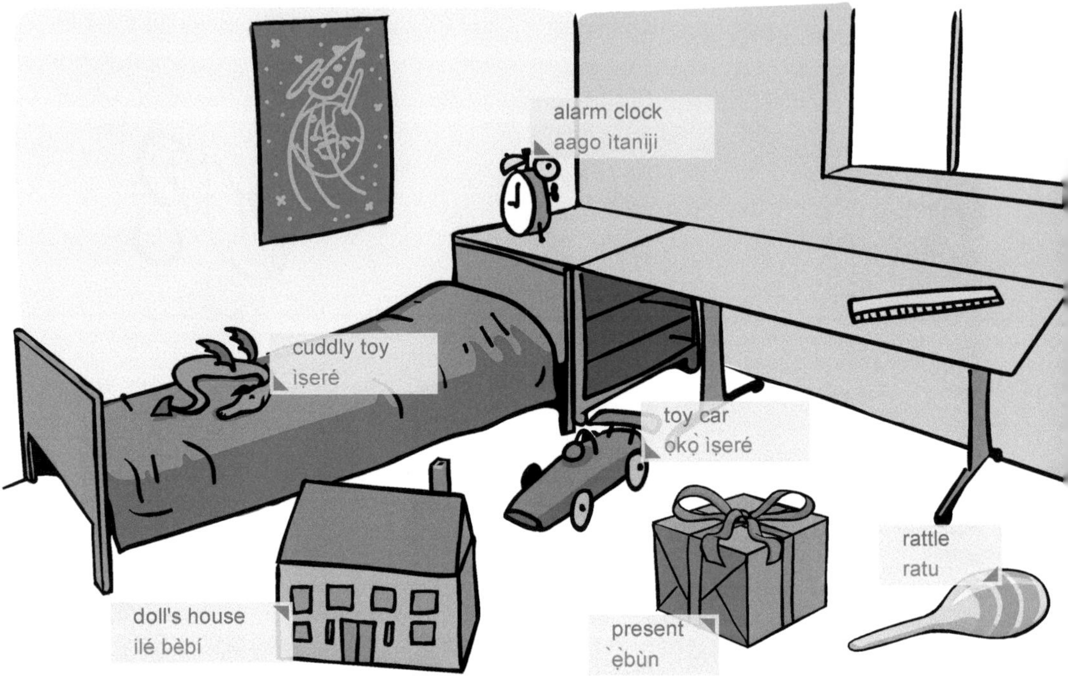

alarm clock
aago ìtaniji
cuddly toy
ìṣeré
toy car
ọkọ̀ ìṣeré
rattle
ratu
doll's house
ilé bèbí
present
ẹ̀bùn

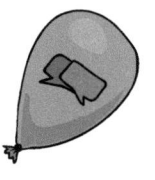

balloon
fèrè

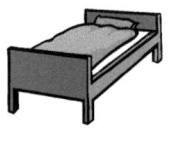

bed
ibùsùn

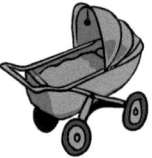

pram
ìgbọ́mọ

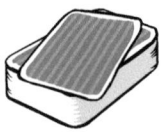

deck of cards
àpapọ̀ káàdì

jigsaw
ayùn

SUPER
MEGA

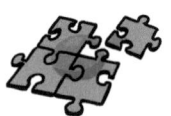

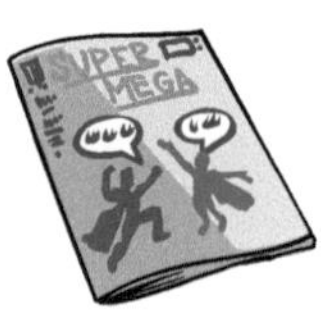

comic
àwàdà

lego bricks
àwọn biriki

building blocks
ohun ìṣeré

action figure
figọ ìṣe

babygrow
ìdàgbàsókè

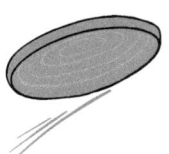

frisbee
firisibi

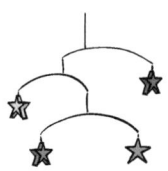

mobile
alágbèéká

board game
eré pẹpẹ

dice
daisi

model train set
àkópọ̀ ikọni àwòṣe

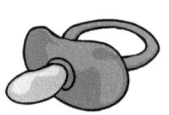

dummy
dọmi

party
ayẹyẹ

picture book
ìwé àwòrán

ball
bọ́ọ̀lù

doll
bèbí

play
ṣeré

child's room - yàrá ọmọdé

sandpit
kòtò yẹ̀pẹ̀

swing
jangilofa

toys
àwọn ìṣeré

video game console
kọ́nsolu iṣeré fídíò

tricycle
ẹlẹ́sẹ̀ mẹ́ta

teddy bear
bèbí ọmọdé

wardrobe
ibi ìkaṣọsi

clothing
aṣọ

socks
ṣọkisi

stockings
sitọkin

tights
ṣòkòtò

clothing - aṣọ

body
ara

trousers
ṣòkòtò

jeans
kakí

skirt
sikẹti

blouse
bulausi

shirt
ṣẹti

pullover
dúró

hoodie
ìbòrí

blazer
aṣọ òkè

jacket
aṣọ otútù

coat
kotu

raincoat
aṣọ òjò

costume
ìmúra

dress
wọsọ

wedding dress
aṣọ ìgbéyàwó

suit	nightgown	pyjamas
sutu	aṣọ àwọ̀sùn	pijama

sari	headscarf	turban
sari	gèlè	tọbanu

burqa	kaftan	abaya
bọka	kafitani	abaya

swimsuit	trunks	shorts
aṣọ iwẹdò	aṣọ àwọ̀sókè	penpe

tracksuit	apron	gloves
kotu	aṣọ ìdáná	ìbọ̀wọ́

clothing - aṣọ

button

bọ́tìnnì

glasses

awò

bracelet

ẹgbà ọwọ́

necklace

ẹgbà ọrùn

ring

òrùka

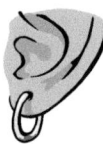

earring

gbígbọ́

cap

filà

coat hanger

ìkọ́ kotu

hat

àkẹtẹ̀

tie

tai

zip

sipu

helmet

koto

braces

biresi

school uniform

aṣọ ilé-ìwé

uniform

yunifọmu

clothing - aṣọ

bib	dummy	nappy
bibu	dọmi	ìlédìí

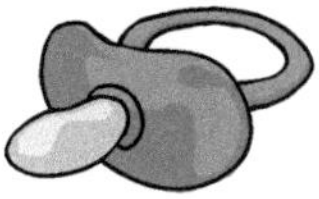

office
ọfisi

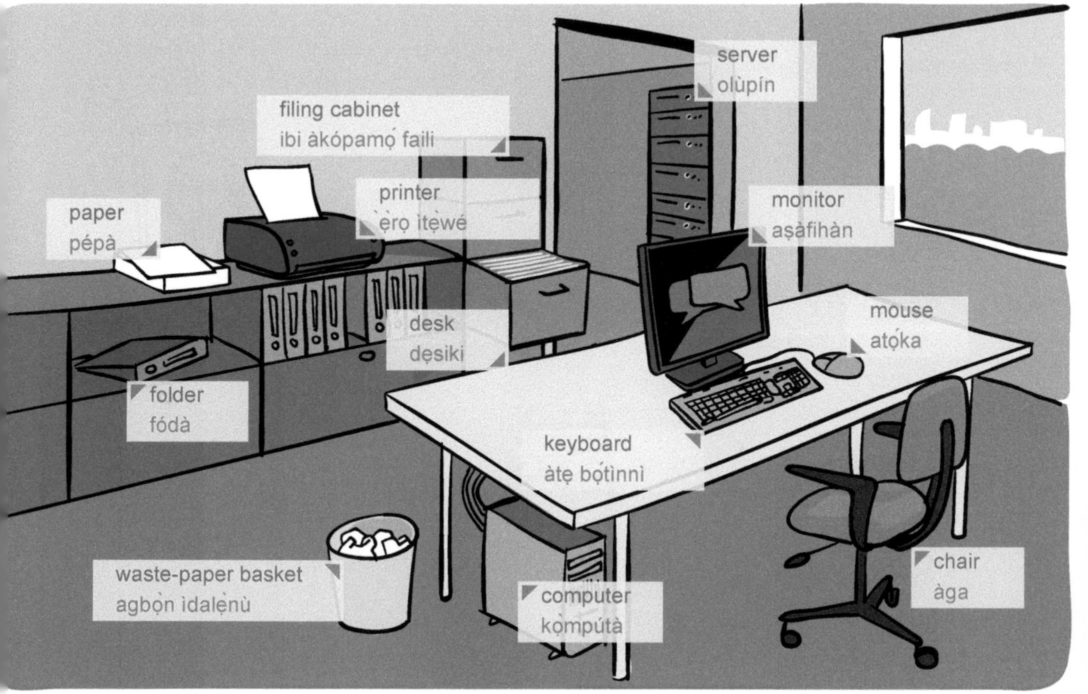

- server — olùpín
- filing cabinet — ibi àkópamọ́ faili
- paper — pépà
- printer — ẹ̀rọ itẹwé
- monitor — aṣàfihàn
- desk — dẹsiki
- mouse — atọ́ka
- folder — fódà
- keyboard — àtẹ bọ́tìnnì
- waste-paper basket — agbọ̀n ìdalẹ̀nù
- chair — àga
- computer — kọmpútà

coffee mug	calculator	internet
ife kọfí	ẹ̀rọ ìṣirò	ayélujára

office - ọfisi

laptop

kọ̀mpútà àgbélétan

letter

lẹ́tà

message

ifiránṣẹ́

mobile

alágbèéká

network

nẹ́tíwọ́kì

photocopier

ẹ̀rọ ẹ̀dà

software

sọftwia

telephone

ẹ̀rọ ibánisọ̀rọ̀

plug socket

ihò iná

fax machine

ẹ̀rọ fakisi

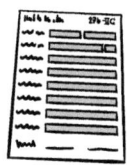

form

fọ́ọ̀mù

document

ìwé àkọsílẹ̀

office - ọfisi

economy
ọrọ̀ ajé

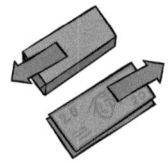
buy
rà

pay
sanwó

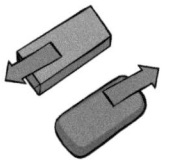
trade
ṣòwò

money
owó

dollar
dọla

euro
yuro

yen
yẹni

rouble
rọbu

Swiss franc
Siwisi frans

renminbi yuan
renminbi yuan

rupee
rupi

cashpoint
ibi owó

bureau de change

ibi ìpàrọ̀ owó

gold

wúrà

silver

fàdákà

oil

epo

energy

agbára

price

iye

contract

àdéhùn

tax

owó orí

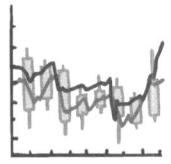

stock

ìpín ọjà

work

ṣiṣẹ́

employee

òṣìṣẹ́

employer

agbani síṣẹ́

factory

ilé iṣẹ́

shop

ìsọ̀

economy - ọrọ̀ ajé

occupations
àwọn iṣẹ́ ààyò

police officer
ọ̀gá ọlọ́pàá

fireman
panápaná

cook
adáná

doctor
dókítà

pilot
awakọ̀ òfurufú

gardener
ológbà

carpenter
gbẹ́nàgbẹ́nà

seamstress
aránṣọ

judge
adájọ́

chemist
olóògùn

actor
òṣèré

bus driver
awakọ̀ èrò

taxi driver
awakọ̀ èrò

fisherman
apeja

cleaning lady
omidan agbálẹ̀

roofer
kanlékanlé

waiter
agbóunjẹ

hunter
ọdẹ

painter
akunlé

baker
olùṣe ìyẹ̀fun

electrician
aṣàtúnṣe iná

builder
akọ́lé

engineer
amojú ẹrọ

butcher
alápatà

plumber
pulọmba

postman
afìwé ránṣẹ́

54   occupations - àwọn iṣẹ́ ààyò

soldier
jagunjagun

architect
ayàwòrán ilé

cashier
akawó

florist
olódòdó

hairdresser
aṣerun lóge

conductor
adarí èrò

mechanic
aṣàtúnṣe ọkọ̀

captain
adarí

dentist
olùtọ́jú eyin

scientist
onímọ̀ ìjìnlẹ̀

rabbi
olùkọ́ni

imam
imamu

monk
mọnki

clergyman
òjíṣẹ́ Ọlọ́run

occupations - àwọn iṣẹ́ ààyò

tools
àwọn irinṣẹ́

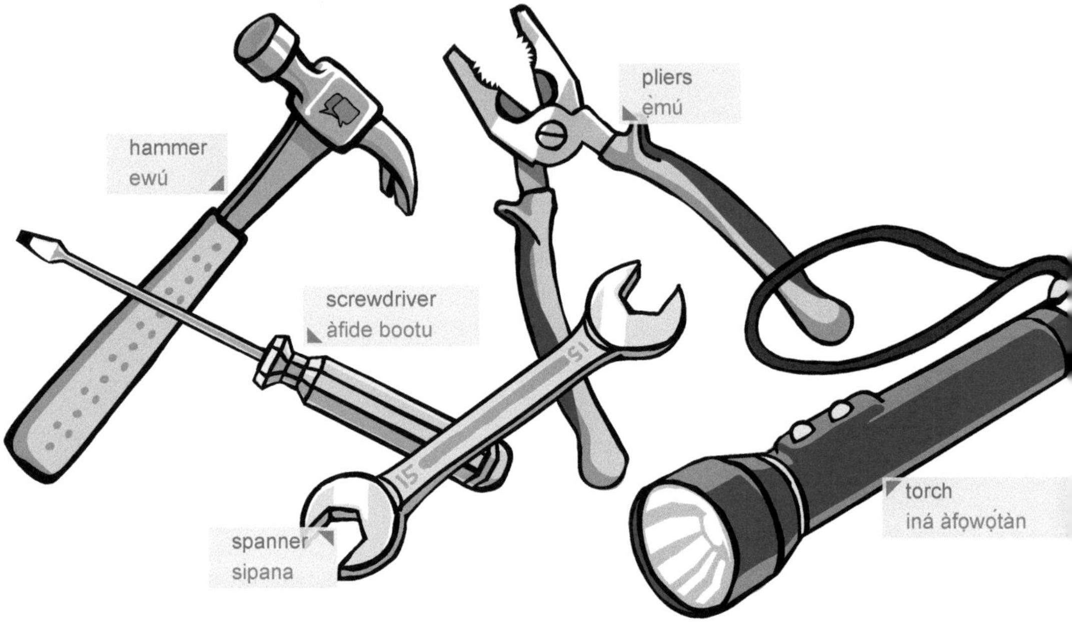

hammer
ewú

pliers
ẹ̀mú

screwdriver
àfide bootu

spanner
sipana

torch
iná àfowọ́tàn

digger

jiga

toolbox

àpótí irinṣẹ́

ladder

àgàsọ̀

saw

ayùn

nails

èṣó

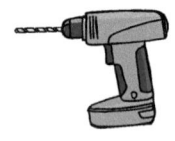

drill

ìlu

repair
túnṣe

shovel
sọ́bìrì

Damn!
Adágún!

dustpan
igbá ìdọ̀tí

paint pot
kòkò ọ̀dà

screws
bootu

musical instruments
àwọn irinṣẹ́ orin

- drum kit — àkópọ̀ ìlù
- loudspeaker — gbohùngbohùn
- guitar — jita
- double bass — baasi oníméjì
- trumpet — fèrè

piano
dùrù

violin
faolin

bass
baasi

timpani
timpani

drums
àwọn ìlù

keyboard
kiibọdu

saxophone
sasofonu

flute
fèrè ìpè

microphone
`ẹrọ gbohùngbohùn

musical instruments - àwọn irinṣẹ́ orin

zoo
ibi ẹranko

- entrance — ìwọlé
- tiger — ẹkùn
- cage — ibi ìhámọ́
- zebra — àgbọ̀nrín
- animal feed — oúnjẹ ẹranko
- panda — panda

animals
àwọn ẹranko

elephant
erin

kangaroo
kangaruu

rhino
raino

gorilla
ọ̀bọ lagido

bear
biari

zoo - ibi ẹranko

camel

kẹ́tẹ́kẹ́tẹ́

ostrich

ẹyẹ agùnlọ́rùn

lion

kìniún

monkey

ọ̀bọ

flamingo

yojayoja

parrot

ayékòótọ́

polar bear

biari omi

penguin

pinguin

shark

ṣaki

peacock

ọ̀kín

snake

ejò

crocodile

ọnì

zookeeper

olùtọ́jú ibi ẹranko

seal

sili

jaguar

jagua

zoo - ibi ẹranko

pony
poni

leopard
ẹkùn

hippo
ẹran omi

giraffe
jirafi

eagle
àṣá

boar
ẹlẹ́dẹ́ igbó

fish
ẹja

turtle
ijàpá

walrus
wọrọsi

fox
kọ̀lọ̀kọ̀lọ̀

gazelle
gasẹli

zoo - ibi ẹranko

sports
àwọn eré ìdárayá

American football
bọ́ọ̀lù àfẹsẹ̀gbá Amẹ́rika

cycling
kẹ̀kẹ́

tennis
tẹnisi

basketball
bọ́ọ̀lù agbọ̀n

swimming
iwẹ̀ odò

boxing
elẹ́sẹ̀ẹ́

ice hockey
ọki yìnyín

football
bọ́ọ̀lù àfẹsẹ̀gbá

badminton
badmintin

athletics
àwọn tí ń sáré

handball
bọ́ọ̀lù ọlọ́wọ́

skiing
eré orí yìnyín

polo
polo

activities
àwọn iṣẹ́

- laugh — rẹ́rìín
- jump — fò
- hug — dìmọ́
- walk — rìn
- sing — kọrin
- dream — àlá
- pray — gbàdúrà
- kiss — fẹnukò

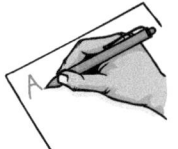

write
kọ̀wé

draw
yàwòrán

show
fihàn

push
tì

give
funni

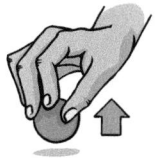

take
mú

activities - àwọn iṣẹ́

have

ní

do

ṣe

be

jẹ́

stand

dúró

run

sáré

pull

fà

throw

jù

fall

ṣubú

lie

parọ́

wait

dúró

carry

gbé

sit

jókòó

get dressed

múra

sleep

sùn

wake up

jí

activities - àwọn iṣẹ́

look at
wo

cry
kígbe

stroke
ọpá

comb
ìlarun

talk
sọ̀rọ̀

understand
lóye

ask
bèrè

listen
tẹtí

drink
omi

eat
jẹun

tidy up
palẹ̀mọ́

love
ìfẹ́

cook
dáná

drive
wakọ̀

fly
fò

activities - àwọn iṣẹ́

sail
ìgbín

calculate
ṣírò

read
kàwé

learn
kọ́

work
ṣiṣẹ́

marry
gbéyàwó

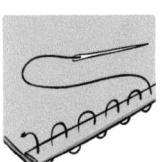
sew
ránṣọ

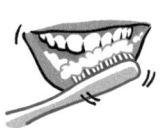
brush teeth
fọ eyín

kill
pa

smoke
mu sìgá

send
firánṣẹ́

activities - àwọn iṣẹ́

family
ẹbí

- grandmother — ìyá ńlá
- grandfather — bàbá ńlá
- father — bàbá
- mother — ìyá
- baby — ọmọdé
- daughter — ọmọbinrin
- son — ọmọkùnrin

guest
àlejò

aunt
àbúrò ìyá

uncle
àbúrò bàbá

brother
arákùnrin

sister
arábìnrin

body
ara

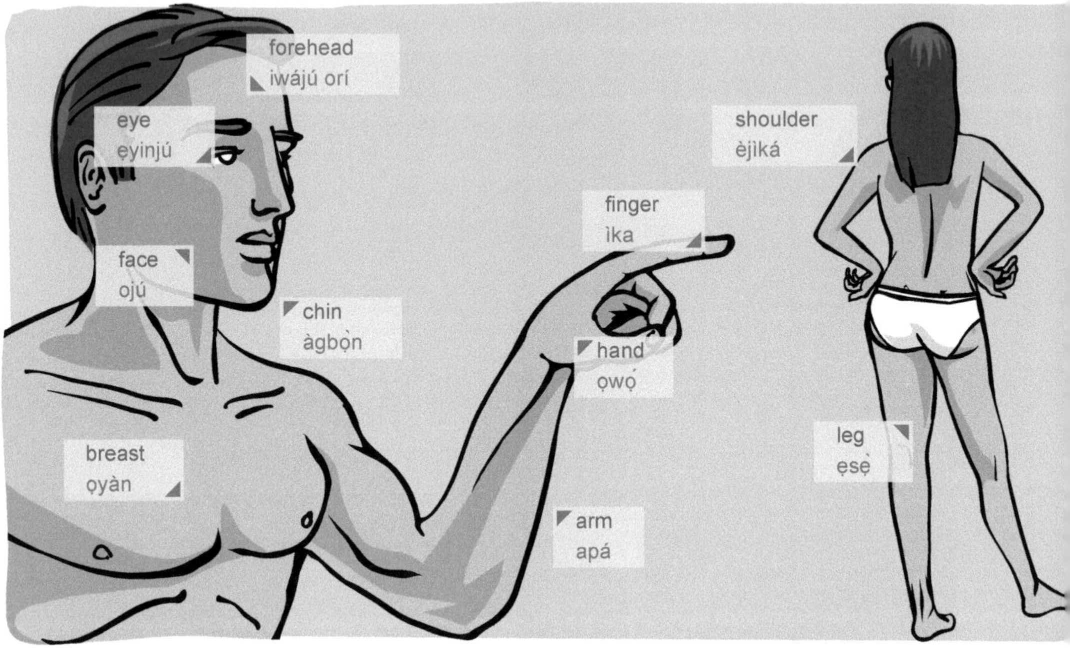

- forehead — iwájú orí
- eye — ẹyinjú
- shoulder — èjìká
- finger — ìka
- face — ojú
- chin — àgbọ̀n
- hand — ọwọ́
- breast — ọyàn
- leg — ẹsẹ̀
- arm — apá

baby
ọmọdé

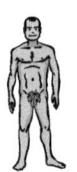

man
ọkùnrin àgbà

woman
obìnrin àgbà

girl
obìnrin

boy
ọkùnrin

head
orí

body - ara

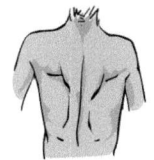

back
ẹ̀yìn

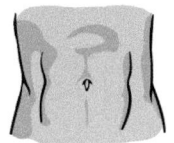

belly
inú

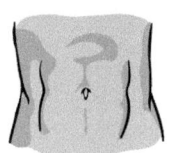

belly button
ìdodo

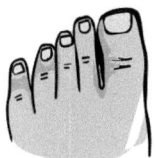

toe
ìka ẹsẹ̀

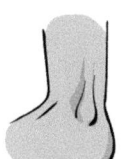

heel
ẹ̀yìn ẹsẹ̀

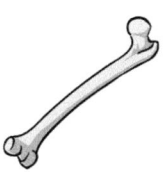

bone
egungun

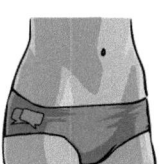

hip
ìbàdí

knee
orúnkún

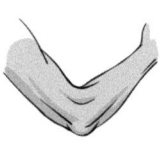

elbow
ìgúpá

nose
imú

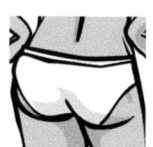

bottom
ìdí

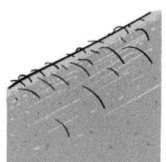

skin
awọ

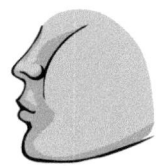

cheek
ẹ̀rẹ̀kẹ́

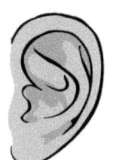

ear
etí

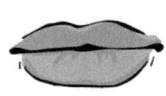

lip
ètè

body - ara

mouth

ẹnu

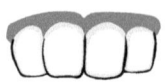

tooth

eyín

tongue

ahọ́n

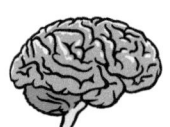

brain

ọpọlọ

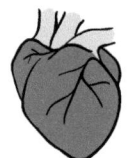

heart

ọkàn

muscle

iṣan

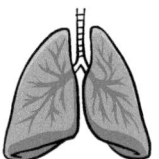

lung

ìfun

liver

ẹ̀dọ̀

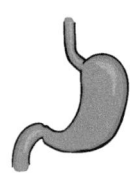

stomach

ikùn

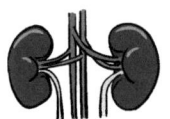

kidneys

kíndìrín

sex

ìbálòpọ̀

condom

rọ́bà àbò

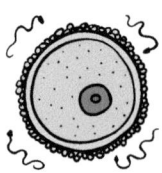

ovum

ofumu

semen

àtọ̀

pregnancy

oyún

body - ara

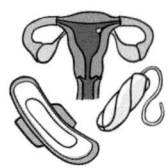
menstruation
ǹkan oṣù

vagina
òbò

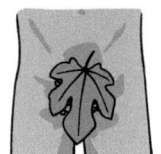
penis
okó

eyebrow
ìpénpéjú

hair
irun

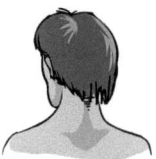
neck
ọrùn

hospital
ilé ìwòsàn

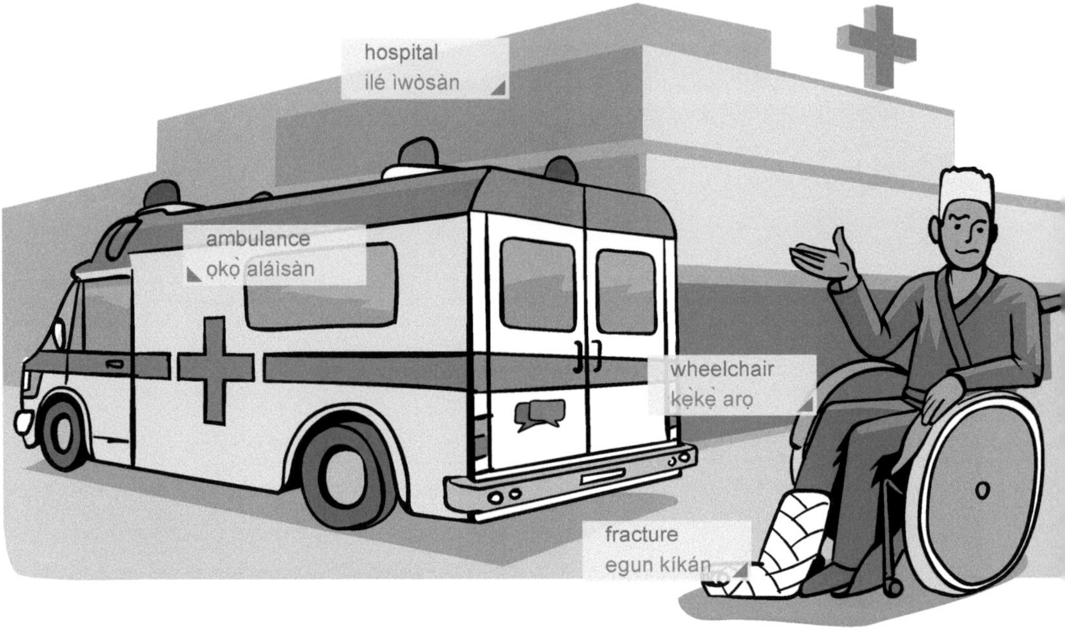

- hospital — ilé ìwòsàn
- ambulance — ọkọ̀ aláìsàn
- wheelchair — kẹkẹ arọ
- fracture — egun kíkán

doctor

dókítà

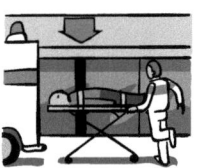

emergency room

yàrá pàjáwìrì

nurse

nọ́ọ̀sì

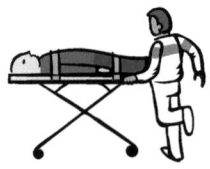

emergency

pàjáwìrì

unconscious

dákú

pain

ìrora

hospital - ilé ìwòsàn

 injury — egbò	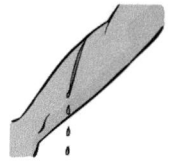 bleeding — ẹ̀jẹ̀ dídà	 heart attack — àìsàn ọkàn
 stroke — rọpárọsẹ̀	 allergy — àlébù ògùn	 cough — ikọ́
 fever — ibà	 flu — ọfìnkìn	 diarrhoea — ìgbẹ́ gburu
 headache — ẹ̀fọ́rí	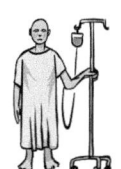 cancer — jẹjẹrẹ	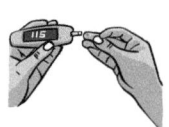 diabetes — ìtọ̀ ṣúgà
 surgeon — alábẹ	 scalpel — abẹfẹ́lẹ́	 operation — iṣẹ́ abẹ

hospital - ilé ìwòsàn

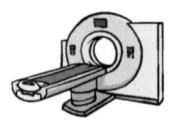

CT
CT

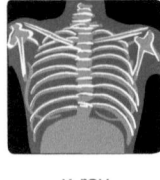

x-ray
x-ray

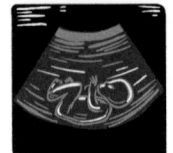

ultrasound
ọtirasandi

face mask
aṣọ ìbòjú

disease
àrùn

waiting room
yàrá ìdúró

crutch
ọ̀pá

plaster
àlẹ̀mọ́

bandage
aṣọ àfiwé

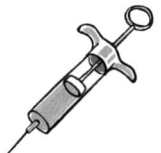

injection
abẹ́rẹ́

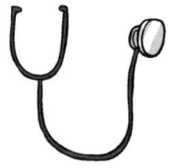

stethoscope
àyẹ̀wò èémì

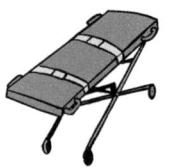

stretcher
àtẹ aláìsàn

clinical thermometer
ẹ̀rọ ìwọ̀n oru ilé ìwòsàn

birth
ìbí

overweight
ìsanrajù

hospital - ilé ìwòsàn

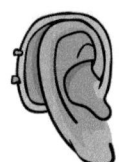

hearing aid

ẹ̀rọ àfigbọ́rọ̀

disinfectant

apa kòkòrò

infection

àkóràn

virus

kòkòrò

HIV / AIDS

Àrùn HIV / AIDS

medicine

ògùn

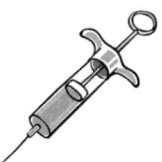

vaccination

àjẹsára

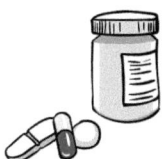

tablets

tabulẹti

pill

ògùn

emergency call

ìpè pàjáwìrì

blood pressure monitor

atọpinpin ẹ̀jẹ̀ ríru

ill / healthy

àìsàn / lera

hospital - ilé ìwòsàn

75

emergency
pàjáwìrì

Help!
Ìrànlọ́wọ́!

alarm
ìtanijí

assault
ìluni

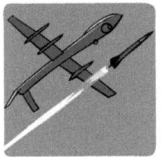
attack
ìdójukọ

danger
ewu

emergency exit
ìjáde pàjáwìrì

Fire!
Iná!

fire extinguisher
panápaná

accident
ìjàmbá

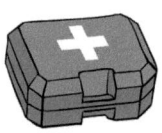
first-aid kit
àpótí ìtọ́jú aláìsàn

SOS
SOS

police
ọlọ́pàá

Earth
Ayé

Europe
Yuropu

North America
North Amerika

South America
South Amerika

Africa
Afirika

Asia
Esia

Australia
Ọsirelia

Atlantic
Atlantic

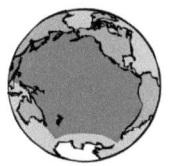
Pacific
Pacific

Indian Ocean
Indian Ocean

Antarctic Ocean
Antarctic Ocean

Arctic Ocean
Arctic Ocean

North Pole
Òpó Ìlà Òrùn

South Pole
Òpó Ìwọ̀ Òrùn

Antarctica
Antarctica

Earth
Ayé

land
ilẹ̀

sea
òkun

island
erékùsù

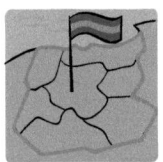
nation
orílẹ̀-èdè

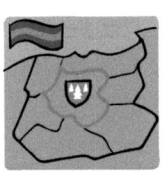
state
ìpínlẹ̀

clock
aago

clock face
ojú aago

hour hand
ọwọ́ wákàtí

minute hand
ọwọ́ ìṣẹ́jú

second hand
ọwọ́ ìṣẹ́jú ààyá

What time is it?
Kínni aago sọ?

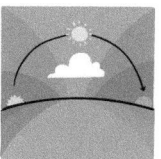

day
ọjọ́

time
àkókò

now
báyìí

digital watch
aago onínọ́mbà

minute
ìṣẹ́jú

hour
wákàtí

week
ọsẹ̀

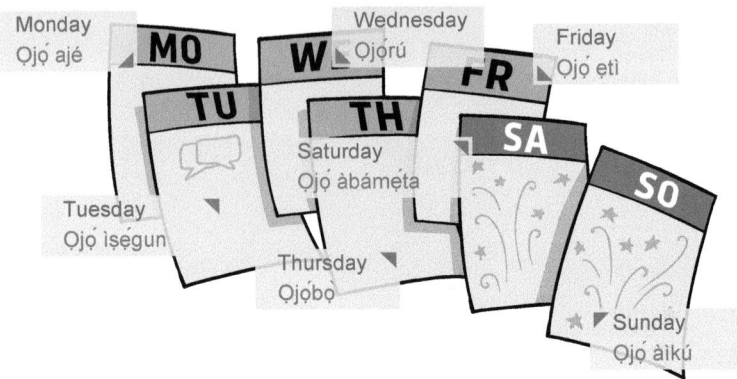

Monday - Ojọ́ ajé
Tuesday - Ojọ́ ìṣẹ́gun
Wednesday - Ojọ́rú
Thursday - Ojọ́bọ
Friday - Ojọ́ ẹtì
Saturday - Ojọ́ àbámẹ́ta
Sunday - Ojọ́ àìkú

yesterday — àná

today — òní

tomorrow — ọ̀la

morning — àárọ̀

noon — ọ̀sán

evening — ìrọ̀lẹ́

business days — àwọn ojọ́ iṣẹ́

weekend — ìparí ọsẹ̀

year
ọdún

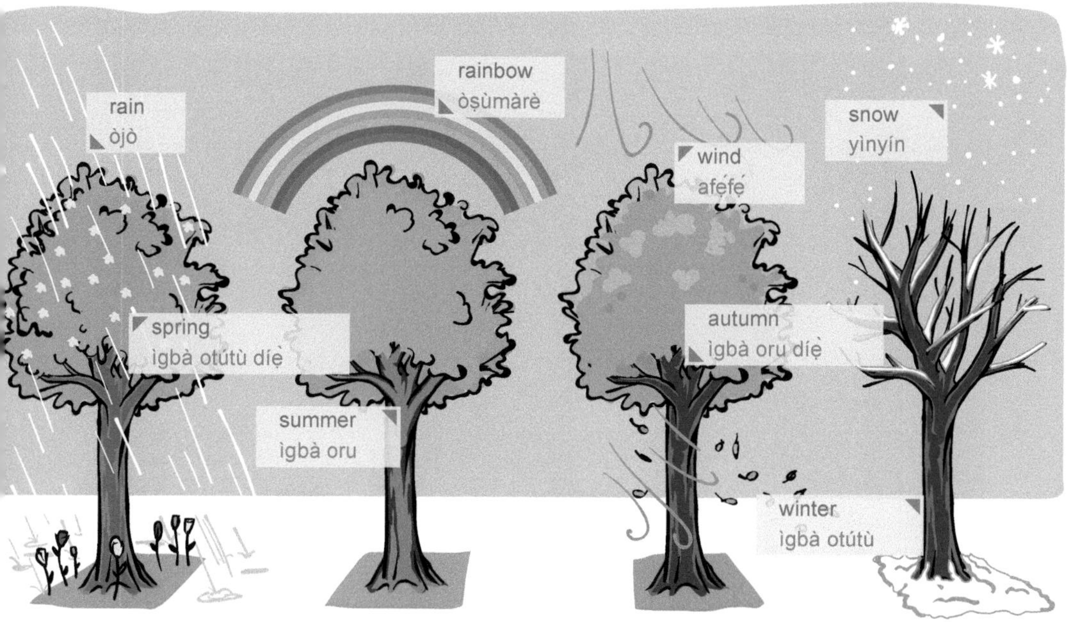

rain
òjò
rainbow
òṣùmàrè
snow
yìnyín
wind
afẹ́fẹ́
spring
ìgbà otútù díẹ̀
autumn
ìgbà oru díẹ̀
summer
ìgbà oru
winter
ìgbà otútù

4.APRIL 11°
5.APRIL 4°
6.APRIL 13°
7.APRIL 8°
8.APRIL 10°

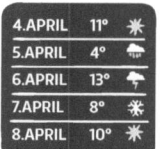

weather forecast

ìsọtẹ́lẹ̀ ojú-ọjọ́

F C
120 40
90 30
60 20
30 10
0 0
-30 -10
-20

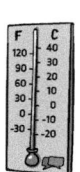

thermometer

ẹ̀rọ ìwọ̀n oru

sunshine

ìtànsán òrùn

cloud

òfurufú

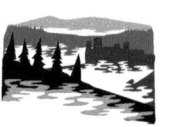

fog

ọ̀pọ̀lọ́

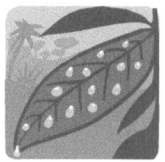

humidity

ọ̀gìnniti

lightning
iná

thunder
àrá

storm
ìjì

hail
kùrukùru

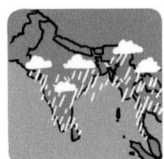
monsoon
afẹ́fẹ́

flood
àgbàrá

ice
omi dídì

January
Oṣù kínní

February
Oṣù kejì

March
Oṣù kẹẹ̀ta

April
Oṣù kẹẹ́rin

May
Oṣù kaàrún

June
Oṣù kẹfà

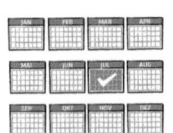
July
Oṣù keèje

August
Oṣù keẹ̀jọ

year - ọdún

September

Oṣù kẹẹ́sán

October

Oṣù kẹẹ̀wá

November

Oṣù kọkànlá

December

Oṣù kejìlá

shapes
àwọn ìrísí

circle

róbótó

square

onígun mẹrin dọ́gba dọ́gba

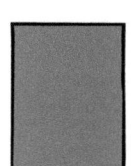
rectangle

onígun mẹrin

triangle

onígun mẹta

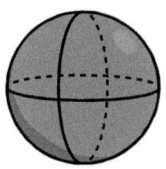
sphere

sifia

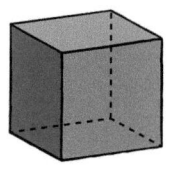
cube

kubu

colours
àwọn àwọ̀

white
funfun

yellow
yẹlo

orange
olómi ọsàn

pink
pinki

red
pupa

purple
pọpu

blue
bulu

green
aláwọ ewé

brown
buranu

grey
rẹsúrẹsú

black
dúdú

opposites
òdì

a lot / a little

ọ̀pọ̀ / níwọ̀nba

angry / calm

bínnú / farabalẹ̀

beautiful / ugly

rẹwà / òbùrẹwà

beginning / end

bíbẹ̀rẹ̀ / òpin

big / small

ńlá / kékeré

bright / dark

mọ́lẹ̀ / dúdú

brother / sister

arákùnrin / arábìnrin

clean / dirty

mímọ́ / dọ̀tí

complete / incomplete

parí / àìparí

day / night

ọjọ́ / alẹ́

dead / alive

kú / àyè

wide / narrow

fẹ̀ / tínrín

edible / inedible

jíjẹ / àìlèjẹ

evil / kind

ibi / dára

excited / bored

dunnú / sísú

fat / thin

tóbi / tínrín

first / last

àkọ́kọ́ / ìgbẹ̀yìn

friend / enemy

ọ̀rẹ́ / ọ̀tá

full / empty

kún / ṣófo

hard / soft

le / rọ̀

heavy / light

wúwo / fúyẹ́

hunger / thirst

ebi / òhùngbẹ

ill / healthy

àìsàn / lera

illegal / legal

tàpá sófin / bá òfin mu

intelligent / stupid

ọlọ́gbọ́n / òmùgọ̀

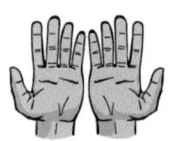

left / right

òsì / ọ̀tún

near / far

tòsí / jìnnà

new / used

tuntun / àlòkù

nothing / something

àìsí nkan / níní nkan

old / young

arúgbó / ọ̀dọ́

on / off

tàn / kú

open / closed

ṣí / padé

quiet / loud

dákẹ́ / pariwo

rich / poor

lọ́rọ̀ / tòsì

right / wrong

tọ̀nà / àìtọ̀nà

rough / smooth

àìdán / dán

sad / happy

banújẹ́ / dunú

short / long

kúrú / gùn

slow / fast

lọ́ra / yára

wet / dry

tutù / gbẹ

warm / cool

lọ́wọ́rọ́ / otútù

war / peace

ogun / àlàfíà

opposites - òdì

numbers
nọ́mbà

0 zero / òdo

1 one / méní

2 two / méjì

3 three / mẹ́ta

4 four / mẹ́rin

5 five / márùún

6 six / mẹ́fà

7 seven / méje

8 eight / mẹ́jọ

9 nine / mẹ́sàán

10 ten / mẹ́wàá

11 eleven / mọ́kànlá

12 twelve
méjìlá

13 thirteen
mẹ́tàlá

14 fourteen
mẹ́rìnlà

15 fifteen
mẹdogun

16 sixteen
marundinlógún

17 seventeen
mẹ́tàdínlógún

18 eighteen
méjidínlógún

19 nineteen
mọ́kàndínlógún

20 twenty
ogún

100 hundred
ọgọ́rùún

1.000 thousand
ẹgbẹ̀rún

1.000.000 million
miliọnu

languages
àwọn èdè

English

Gẹ̀ẹ́sì

American English

Gẹ̀ẹ́sì Ilẹ̀ Amẹ́ríkà

Chinese Mandarin

Mandarini Ṣaina

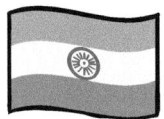

Hindi

Hindi

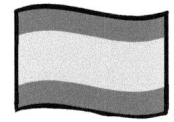

Spanish

Sipaniṣi

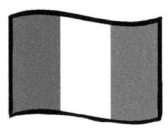

French

Faransé

Arabic

Lárúbáwá

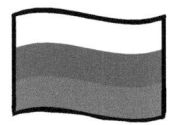

Russian

Rọṣia

Portuguese

Pọtugi

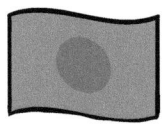

Bengali

Bẹngali

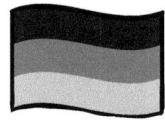

German

Jamani

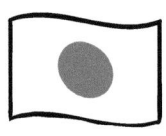

Japanese

Japanisi

who / what / how
tani / kínni / báwo

I
Èmi

you
ìwọ

he / she / it
ọkùnrin / obìnrin / nkan

we
àwa

you
ìwọ

they
àwọn

who?
tani?

what?
kínni?

how?
báwo?

where?
níbo?

when?
nígbà wo?

name
orúkọ

where
níbo

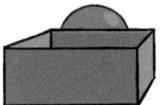

behind

lẹ́yìn

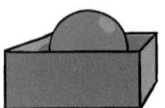

in

inú

in front of

níwájú

over

lókè

on

lórí

under

lábẹ́

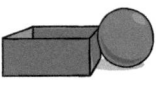

beside

lẹ́gbẹ̀ẹ́

between

láàrín

place

ibi